Masarap na Pagtulog, Mahal Ko
Sweet Dreams, My Love

Shelley Admont
Inilarawan ni Kate Ratner

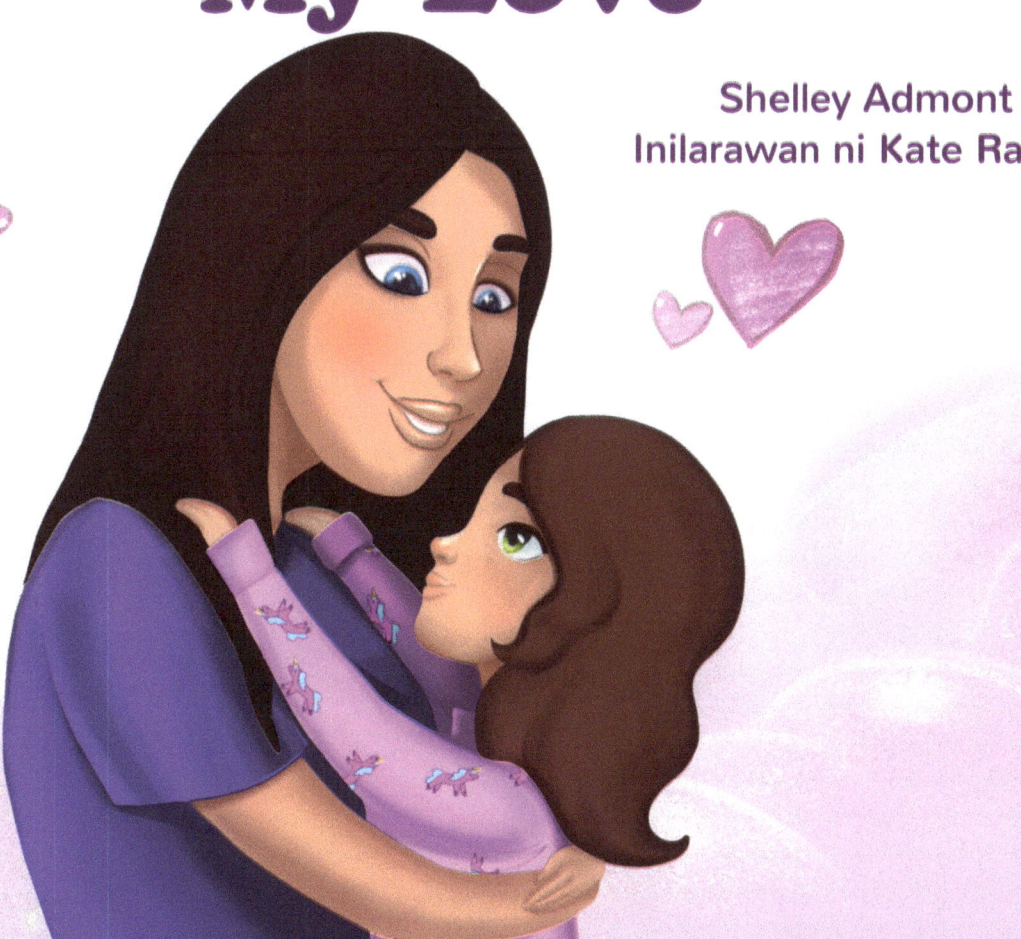

www.kidkiddos.com
Copyright ©2020 by KidKiddos Books Ltd.
support@kidkiddos.com

All rights reserved. No part of this book may be reproduced in any form or by any electronic or mechanical means, including information storage and retrieval systems, without written permission from the publisher, except in the case of a reviewer, who may quote brief passages embodied in critical articles or in a review.
First edition

Isinalin mula sa wikang Ingles ni Ma. Magdalena Lava
Translated from English by Ma. Magdalena Lava
Pag-edit ng Tagalog ni Sharon Joy Prudente
Tagalog Editing by Sharon Joy Prudente

Library and Archives Canada Cataloguing in Publication
Sweet Dreams, My Love (Tagalog English Bilingual Edition)/ Shelley Admont
ISBN: 978-1-5259-3866-5 paperback
ISBN: 978-1-5259-3867-2 hardcover
ISBN: 978-1-5259-3865-8 eBook

Please note that the Tagalog and English versions of the story have been written to be as close as possible. However, in some cases they differ in order to accommodate nuances and fluidity of each language.

Sumapit ang gabi. Bumaba ang araw at dumilim.
Evening came. The sun went down and it became dark.

"Oras na para matulog, Alice," sabi ni Nanay.
"It's time to sleep, Alice," Mom said.

Tumatalon si Alice sa kanyang kama. "Ayaw ko pa pong matulog!" reklamo niya. "Hindi naman po ako pagod, Nanay! Kailangan ko po bang matulog?"
Alice was jumping on her bed. "I don't want to go to bed yet!" she complained. "I'm not tired at all, Mom! Do I have to sleep?"

Hinaplos ni Nanay ang kanyang ulo at malambing na sinabi, "Kailangan mo nang matulog ngayon. Makakatulong iyon sa iyo para maging malakas ka at puno ng enerhiya bukas."

Mom patted her head and said gently, "You need to go to sleep now. It will help you be strong and full of energy tomorrow."

Sumang-ayon si Alice at tumango.

Alice agreed and nodded her head.

"Ano, handa ka na bang mahiga?" tanong ni Nanay.

"So are you ready for bed?" Mom asked.

"Sa tingin ko naman po," kibit-balikat na sagot ni Alice.

"I think so," Alice answered, shrugging her shoulders.

"Tingnan natin," sabi ni Nanay. Naupo siya sa kama at niyakap ang kanyang anak.

"Let's see," said Mom. She sat on the bed and cuddled her daughter.

"*Naligo ka na ba?*"
"Did you take a bath yet?"

"*Ay, opo!*" *sagot ni Alice,* "*masyadong maligamgam at masaya. Marami pong makukulay na mga bula ang lumipad sa loob ng banyo! Kinantahan n'yo rin po ako at tumawa tayong dalawa, naaalala n'yo po, Nanay?*"

"Oh, yes!" answered Alice, "it was very warm and fun. There were lots of colorful bubbles flying all over the bathroom! Also, you sang me a song and we both laughed, remember, Mom?"

Ngumiti si Nanay. "Naaalala ko, aking mahal. Nagkaroon ka ng ilang bula sa iyong ilong, sobrang nakakatawa."

Mom smiled. "I remember, sweetie. You had some fluffy foam on your nose, it was so funny."

Bumungisngis siya at hinipo ang ilong ni Alice.

She giggled and touched Alice's nose.

"Ngayon, paano naman ang iyong pajama? Sinuot mo na ba?" patuloy ni Nanay.

"Now, how about your pajamas? Did you put them on?" continued Mom.

"Siyempre sinuot ko po!" sabi ni Alice. "Sinuot ko po ang paborito kong pajama! Kulay lila – ang aking paborito, na may maraming unicorn. Malambot po talaga at maginhawa. Tingnan n'yo po!"

"Of course I did!" said Alice. "I wore my favorite pajamas! They're purple – my favorite color, with lots of unicorns! They're really soft and comfy. Look!"

"Ganun pala," sabi ni Nanay. "Sana naalala mong magsipilyo."

"I see," said Mom. "I hope you remembered to brush your teeth."

Hinalikan niya si Alice sa noo at niyakap niya nang mas mahigpit.

She kissed Alice on the forehead and hugged her tighter.

Ngumiti si Alice at pinakita ang kanyang mapuputi at makikintab na mga ngipin.

Alice smiled and showed off her white, shiny teeth.

"Siguradong ginawa ko po," sabi niya. "Ginamit ko ngayon ang aking strawberry na toothpaste. Noong una, gusto ko pong subukan ang mint toothpaste na inyong binili, pero naisip ko pong gamitin sa halip ang strawberry."

"I sure did," she said. "I used my strawberry toothpaste today. At first, I wanted to try the new mint toothpaste you bought, but then I decided to use the strawberry one instead."

Kinumutan ni Nanay si Alice at tinanong, "Nakapagbasa na ba ako sa iyo ng kwento bago matulog?"

Mom covered Alice with a blanket and asked, "Have I read you a bedtime story yet?"

"Opo, Nanay. Hindi n'yo po ba naaalala? Tungkol po iyon kay Jimmy, ang maliit na kuneho at ang kanyang mga kapatid," sagot ni Alice.

"Yes, Mom. Don't you remember? It was about Jimmy, the little bunny and his brothers," Alice answered.

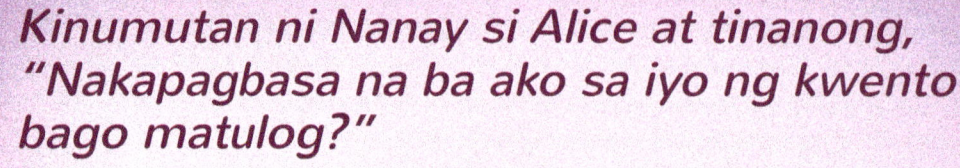

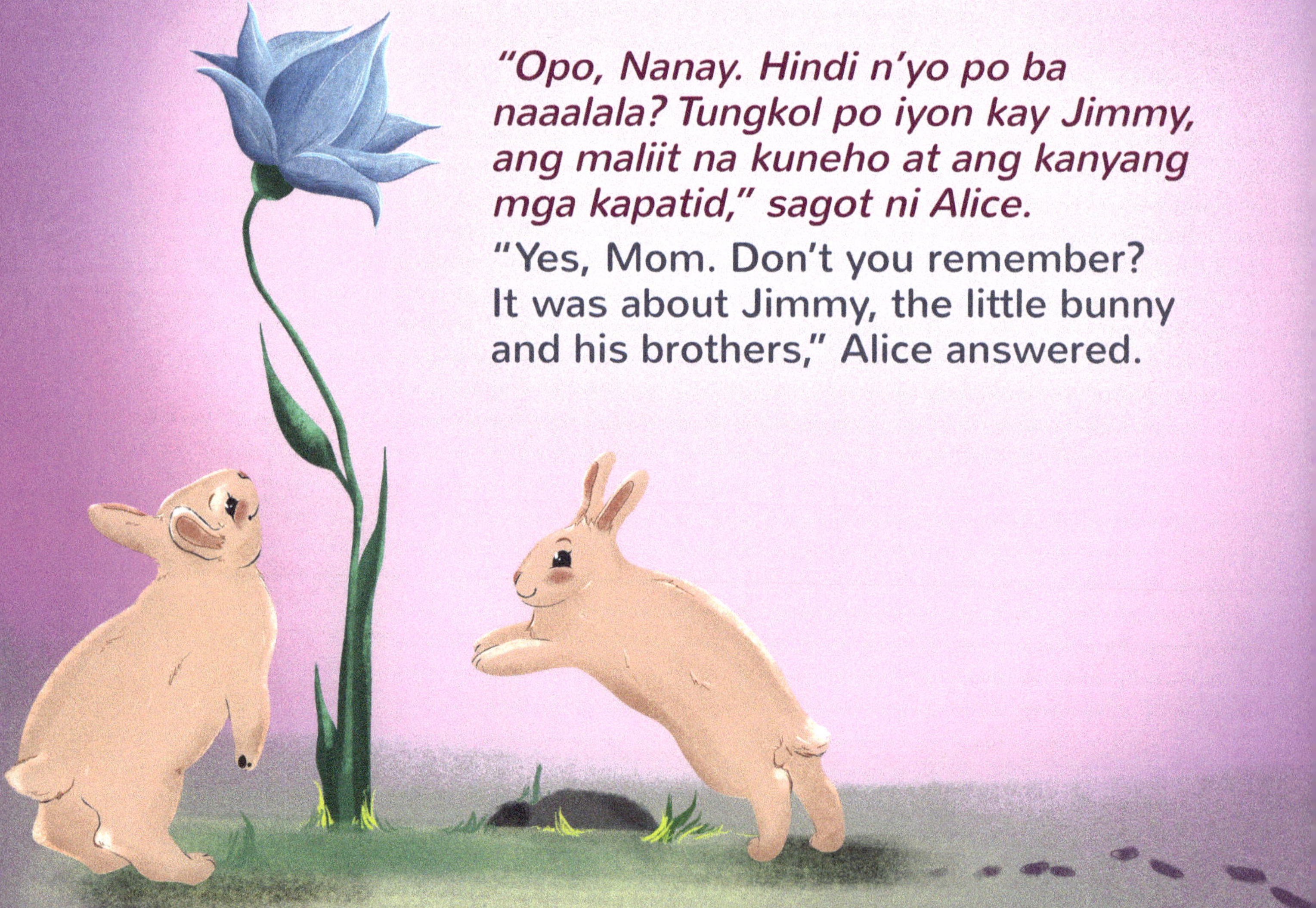

"Kaarawan ng kanilang nanay at gusto nilang gumawa ng regalo para sa kanya. Nagluto sila ng kanyang paboritong pagkain at iginawa siya ng magandang card."

"It was their mom's birthday and they wanted to make her a birthday present. They cooked her favorite food and made her a beautiful card."

Hinaplos ni Nanay ang kanyang ulo at ibinulong, "Kung ganun nakaligo ka na…"
Mom patted her head and quietly whispered, "So you already took a bath…"

"Opo, na may makukulay pong mga bula," idinagdag ni Alice habang hinahatak pataas ang kanyang kumot.
"Yes, with colorful bubbles," added Alice, pulling up her blanket.

"At isinuot mo ang iyong pajama…" patuloy ni Nanay habang hinahalikan ang kanyang ilong.
"And you put on your pajamas…" continued Mom, kissing her nose.

"Ang aking lilang pajama," bumubulong na sinabi ni Alice.

"My purple pajamas," said Alice, murmuring.

"Nagsipilyo ka ng iyong ngipin..." binulong ni Nanay.
"You brushed your teeth..." whispered Mom.

"Gamit po ang.. strawberry... toothpaste..." sabi ni Alice habang dahan-dahang pinipikit ang kanyang mga mata.
"With... strawberry... toothpaste..." said Alice, slowly closing her eyes.

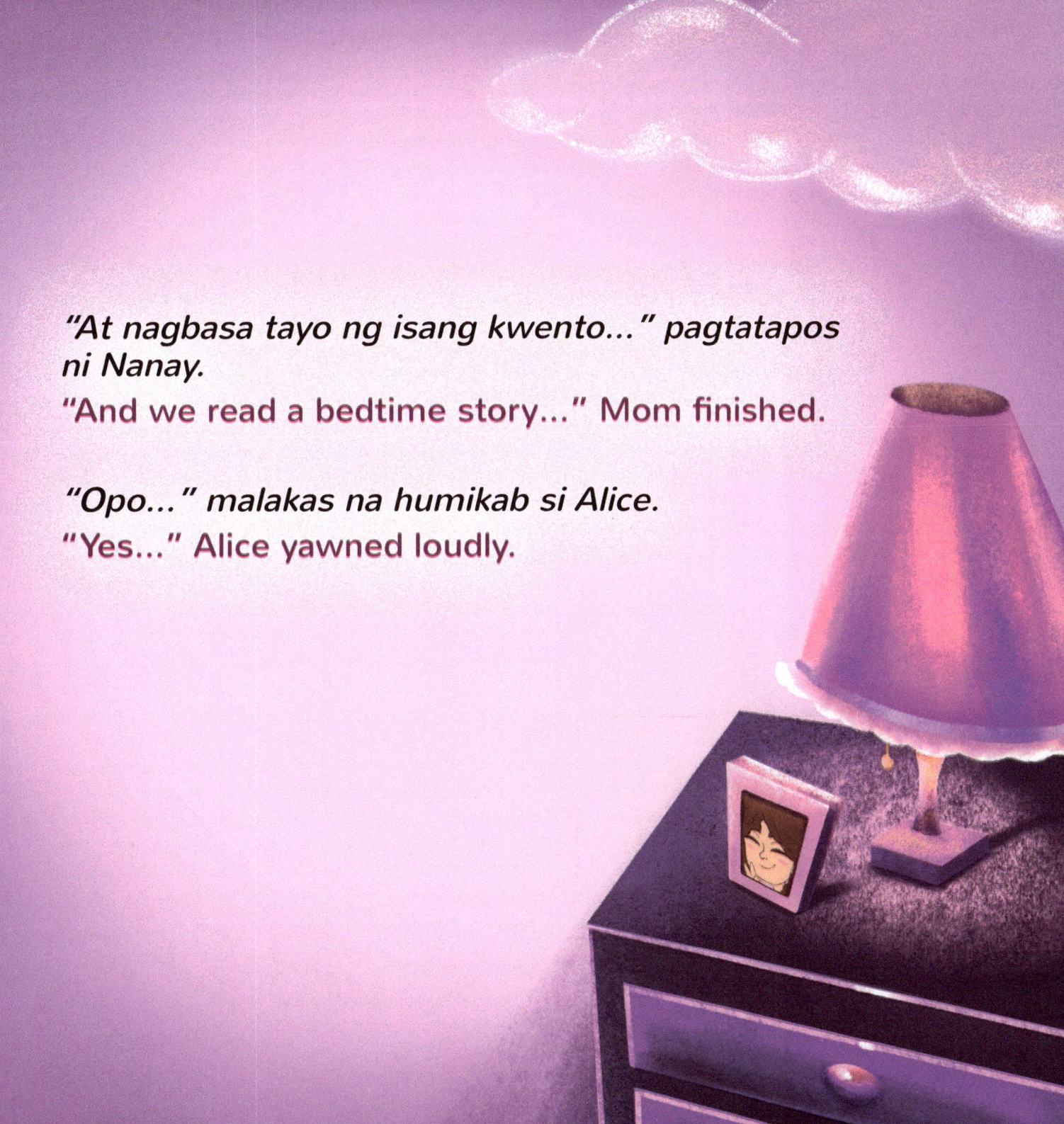

"At nagbasa tayo ng isang kwento..." pagtatapos ni Nanay.

"And we read a bedtime story..." Mom finished.

"Opo..." malakas na humikab si Alice.

"Yes..." Alice yawned loudly.

Pinatay ni Nanay ang mga ilaw sa kwarto. "Kaya wala nang ibang dapat gawin," sabi niya.

Mom dimmed the lights in the room. "So there's nothing left to do," she said.

"Paano naman po ang halik?" tanong ni Alice habang binubuksan ang isang mata.
"What about a goodnight kiss?" asked Alice, opening one eye.

Ngumiti si Nanay at hinalikan siya sa kanyang noo. "Eto ang iyong halik," sabi niya.

Mom smiled and kissed her on her forehead. "Here's your kiss," she said.

"Isa pa pong halik dito," itinuro ni Alice ang kanyang ilong. "At dito... at dito..."

"One more kiss here," Alice pointed to her nose. "And here... and here..."

"*Isa sa kanang pisngi, isa sa kaliwang pisngi, at mas maraming halik sa iyong ilong para masigurong makakatulog ka nang husto,*" sabi ni Nanay habang pinupuno ang kanyang mukha ng banayad na mga halik.

"One on the right cheek, one on the left cheek, and more kisses on your nose to make sure you sleep well," Mom said, covering her face with soft kisses.

"*Masarap na pagtulog, Alice. Mahal kita at palagi kitang mamahalin. Ipikit mo na ang iyong mga mata at magkaroon ka ng magandang panaginip.*"

"Sweet dreams, Alice. I love you and always will. Now close your eyes and have a beautiful dream."

"At matataba pong mga ulap?" bulong ni Alice.
"And fluffy clouds?" Alice whispered.

"Oo, at matataba na mga ulap," sagot ni Nanay.
"Yes, and fluffy clouds," Mom answered.

"Paano po ang mga bahaghari?" mas malamumanay na bulong ni Alice, ganap na nakapikit ang kanyang mga mata.
"How about rainbows?" Alice added even more softly, her eyes fully closed.

"At mga bahaghari din," sagot ni Nanay. "Matulog ka nang mahimbing, mahal ko. Masarap na pagtulog."
"And rainbows, too," Mom said. "Goodnight, my love. Sweet dreams."

www.ingramcontent.com/pod-product-compliance
Lightning Source LLC
Chambersburg PA
CBHW061140070526
44584CB00033B/4380